माथ्थीयास फीड्लर

अभिनव रिअल इस्टेट मॅचिंग संकल्पना: सुलभ रिअल इस्टेट दलाली

रिअल इस्टेट मॅचिंग: कार्यक्षम, सोपे आणि व्यावसायिक रिअल इस्टेट दलाली एका अभिनव रिअल इस्टेट मॅचिंग पोर्टल सोबत

प्रकाशन तपशील - माहिती । कायदेशीर सूचना

1.छापील आवृत्ती | फेब्रुवारी 2017
(मूळ जर्मन भाषेत प्रकाशन, डिसेंबर 2016)

© 2016 माथ्थीयास फीइलर

माथ्थीयास फीइलर
Erika-von-Brockdorff-Str. 19
41352 Korschenbroich
Germany
www.matthiasfiedler.net

छपाई आणि उत्पादन:
शेवटच्या पानावरील छापलेले पहा

मुखपृष्ठ संरचना: माथ्थीयास फीइलर
ई-बुकची निर्मिती: माथ्थीयास फीइलर

ISBN-13 (Paperback): 978-3-947082-54-4
ISBN-13 (E-Book mobi): 978-3-947082-55-1
ISBN-13 (E-Book epub): 978-3-947082-56-8

Deutsche Nationalbibliothek च्या ग्रंथकोषाविषयी माहिती: Deutsche Nationalbibliothek हे प्रकाशन Deutsche Nationalbibliografie मध्ये नोंद करते; सविस्तर ग्रंथकोषाविषयी डेटा इंटरनेट वर http://dnb.d-nb.de वर उपलब्ध आहे.

सारांश

हे पुस्तक जगभरातील रिअल इस्टेट मॅचिंग पोर्टल (ॲप) ची एक क्रांतिकारक संकल्पना स्पष्ट करते जिथे खूप मोठ्या प्रमाणात संभावित विक्रीची गणना आहे (अब्ज डॉलर) आणि जे रिअल इस्टेट मूल्यांकन (ट्रिलियन डॉलर विक्री क्षमता) समविष्ट असलेल्या रिअल इस्टेट एजन्सी सॉफ्टवेअर मध्ये एकत्रीकृत केलेले आहे.

याचा अर्थ असा की निवासी आणि व्यावसायिक रिअल इस्टेट, मालक-रहिवास असलेली असो किंवा भाड्याची, कार्यक्षमतेने आणि वेळ वाचवणाऱ्या पध्दतीने ब्रोकिंग केली जाऊ शकते. सर्व रिअल इस्टेट एजंट्स आणि इस्टेट मालकांसाठी हे नाविन्यपूर्ण आणि व्यावसायिक रिअल इस्टेट दलाली चे भविष्य आहे. रिअल इस्टेट

मॅचिंग जवळजवळ सर्वच देशांमध्ये आणि देशादेशांमध्ये देखील कार्य करते.

खरेदीदाराकडे किंवा भाड्याने घेणाऱ्याकडे प्रॉपर्टीज "घेऊन" जाण्याऐवजी, एका रिअल इस्टेट मॅचिंग पोर्टलवर, संभाव्य खरेदीदार किंवा भाड्याने घेणाऱ्यांना पात्र केले जाऊ शकते (शोध प्रोफाईल) आणि नंतर रिअल इस्टेट एजंटने देऊ केलेल्या प्रॉपर्टीजशी जुळविल्या आणि जोडल्या जाऊ शकतात.

अनुक्रमणिका

प्रस्तावना

सन 2011 मध्ये मी इथे वर्णन केलेली एक अभिनव रिअल इस्टेट मॅचिंग प्रक्रियेची कल्पना केली आणि ती विकसित केली.

मी 1998 पासून रिअल इस्टेट व्यवसायामध्ये (रिअल इस्टेट दलाली, खरेदी आणि विक्री, मूल्यांकन, भाडे आणि मालमत्ता विकास सहित) काम करीत आहे. मी एक रीआल्टर (IHK), रिअल इस्टेट अर्थशास्त्रज्ञ (ADI) आणि रिअल इस्टेट मूल्यांकनातील (DEKRA) प्रमाणित तज्ज्ञ तसेच रॉयल इन्स्टिट्यूशन ऑफ चार्टर्ड सर्व्हेअर्स (MRICS) च्या आंतरराष्ट्रीय स्तरावर मान्यताप्राप्त रिअल इस्टेट संघटनेचा सदस्य आहे.

माथ्थीयास फीड्लर

Korschenbroich, 10/31/2016

www.matthiasfiedler.net

1. अभिनव रिअल इस्टेट मॅचिंग संकल्पना: सुलभ रिअल इस्टेट दलाली

रिअल इस्टेट मॅचिंग: कार्यक्षम, सोपे आणि व्यावसायिक रिअल इस्टेट दलाली एका अभिनव रिअल इस्टेट मॅचिंग पोर्टल सोबत

खरेदीदाराकडे किंवा भाड्याने घेणाऱ्याकडे प्रॉपर्टीज "घेऊन" जाण्याऐवजी, एका रिअल इस्टेट मॅचिंग पोर्टलवर, संभाव्य खरेदीदार किंवा भाड्याने घेणाऱ्यांना पात्र केले जाऊ शकते (शोध प्रोफाईल) आणि नंतर रिअल इस्टेट एजंटने देऊ केलेल्या प्रॉपर्टीजशी जुळविल्या आणि जोडल्या जाऊ शकतात.

2. संभाव्य खरेदीदार किंवा भाडेकरू यांचे उद्देश आणि मालमत्ता विक्रेते

रिअल इस्टेट विक्रेते आणि जमीनमालक यांच्या दृष्टीकोनातून, त्याची मालमत्ता शक्य तेवढ्या जास्तीत जास्त किंमतीला आणि पटकन विक्री करणे किंवा भाड्याने देणे महत्त्वाचे असते.

संभाव्य खरेदीदार आणि भाड्याने घेणाऱ्यांच्या दृष्टीकोनातून, त्यांच्या गरजा भागविणारी मालमत्ता अचूक शोधणे आणि ती शक्य तितक्या लवकर आणि सहज भाड्याने घेणे किंवा खरेदी करता येणे महत्त्वाचे आहे.

3. रिअल इस्टेट शोधामागील पूर्वीचा दृष्टिकोण

साधारणपणे, संभाव्य रिअल इस्टेट खरेदीदार किंवा भाड्याने घेणारे त्यांच्या पसंतीच्या प्रदेशात मालमत्ता शोधण्यासाठी मोठ्या ऑनलाइन रिअल इस्टेट पोर्टल्सचा वापर करतात. तेथे, त्यांनी एकदा थोडक्यात शोध प्रोफाइल सेट केल्यानंतर त्यांना मालमत्ता किंवा मालमत्तेशी संबंधित लिंक्सची यादी ई-मेल द्वारे मिळविता येऊ शकेल. हे वारंवार 2 ते 3 रिअल इस्टेट पोर्टलवर केले जाते. त्यानंतर, विक्रेत्याशी साधारणपणे ई-मेल द्वारे संपर्क साधला जातो. त्यामुळे, विक्रेता किंवा जमीनमालक यांना स्वारस्य असणाऱ्या पक्षाशी संपर्क करण्याची संधी आणि परवानगी प्राप्त होते.

या व्यतिरीक्त, संभाव्य खरेदीदार किंवा भाड्याने घेणारे त्यांच्या प्रदेशातील वैयक्तिक रिअल इस्टेट एजंट्सशी

संपर्क साधतात आणि त्यांच्यासाठी एक शोध प्रोफाइल तयार केली जाते.

रिअल इस्टेट पोर्टल्सवरील प्रदाते खाजगी आणि व्यावसायिक दोन्ही रिअल इस्टेट क्षेत्रातील असतात. व्यावसायिक प्रदाते प्रामुख्याने रिअल इस्टेट एजंट असतात आणि काही बाबतींत बांधकाम कंपन्या, रिअल इस्टेट दलाल आणि इतर रिअल इस्टेट कंपन्या (ह्या मजकूरात, व्यावसायिक प्रदाते रिअल इस्टेट एजंट्स म्हणून ओळखले जात आहेत).

4. खासगी विक्रेत्यांची गैरसोय / स्थावर मालमत्ता एजंटांचा फायदा

विक्री रिअल इस्टेट मालमत्तांच्या बाबतीत, खाजगी विक्रेते नेहमी त्वरित विक्रीची हमी देऊ शकत नाही. वारसाहक्काने प्राप्त मालमतेच्या बाबतीत, उदाहरणार्थ, वारसांमध्ये आपापसांत एकमत असू शकेलच असे नाही किंवा वारसा प्रमाणपत्र गहाळ असू शकते. या व्यतिरीक्त, राहण्याचा अधिकारासारख्या अस्पष्ट कायदेशीर अडचणी विक्री क्लिष्ठ करू शकतात.

भाडे मालमत्तेसंदर्भात, खाजगी जमीनमालक अधिकृत परवाना-प्राप्त नसू शकतो, उदाहरणार्थ ज्यांना व्यावसायिक जागा निवासासाठी म्हणून भाड्याने द्यायची आहे.

जेव्हा एक रिअल इस्टेट एजंट एक प्रदाता म्हणून काम करतो, तेव्हा तो साधारणपणे आधीच पूर्वी नमूद केलेले

पैलू स्पष्ट करतो. शिवाय, सर्व संबंधित रिअल इस्टेट कागदपत्रे (फ्लोअर प्लॅन, साइट प्लॅन, ऊर्जा प्रमाणपत्र, मालकवही नोंद, अधिकृत दस्तऐवज, इ.) सहसा आधीच उपलब्ध असतात. परिणामी, विक्री किंवा भाड्याने देणे जलद आणि गुंतागुंत विरहीत पूर्ण केले जाऊ शकते.

5. रिअल इस्टेट मॅचिंग

स्वारस्य असणारे खरेदीदार किंवा भाड्याने घेणारे यांचे विक्रेते किंवा घरमालक, यांच्याशी शक्य तितक्या जलद आणि कार्यक्षमतेने मॅचिंग करण्यासाठी, एक पद्धतशीर व व्यावसायिक दृष्टिकोन ठेवणे साधारणपणे महत्वाचे असते.

हे इथे केले जाते एक दृष्टिकोन (किंवा प्रक्रिया) ठेवून ज्यात रिअल इस्टेट एजंट्स आणि स्वारस्य असलेल्या लोकांदरम्यान होणाऱ्या शोध आणि शोध प्रक्रियेवर उलट लक्ष केंद्रित केले जाते. याचा अर्थ खरेदीदाराकडे किंवा भाड्याने घेणाऱ्याकडे प्रॉपर्टीज "घेऊन" जाण्याऐवजी, एका रिअल इस्टेट मॅचिंग पोर्टलवर (ॲप), संभाव्य खरेदीदार किंवा भाड्याने घेणाऱ्यांना पात्र केले जाऊ शकते (शोध प्रोफाईल) आणि नंतर रिअल इस्टेट एजंटने देऊ केलेल्या प्रॉपर्टीजशी जुळविल्या आणि जोडल्या जाऊ शकतात.

पहिल्या चरणात, संभाव्य खरेदीदार किंवा भाड्याने घेणारे रिअल इस्टेट मॅचिंग पोर्टल मध्ये एक विशिष्ट शोध प्रोफाइल तयार करतात. या शोध प्रोफाइल मध्ये सुमारे 20 वैशिष्ट्ये समाविष्ट आहेत. खालील वैशिष्ट्ये (पूर्ण सूची नाही) समाविष्ट केली जाऊ शकतात आणि शोध प्रोफाइलसाठी आवश्यक आहेत.

- प्रदेश / पोस्टल कोड / शहर

- विषय प्रकार

- मालमत्तेचा आकार

- जागा

- खरेदी किंमत / भाडे

- बांधकाम वर्ष

- मजले

- खोल्यांची संख्या

- भाड्याचे (होय/नाही)

- तळघर (होय/नाही)

- बाल्कनी/गच्ची (होय/नाही)

- गरम ठेवण्याची पध्दत

- पार्किंगची जागा (होय/नाही)

येथे हे महत्वाचे आहे की वैशिष्ट्ये स्वतः प्रविष्ट केली जात नाहीत परंतु त्याऐवजी पूर्व निर्धारित शक्यता / पर्यायांची सूची मधून (उदा. मालमत्तेचा प्रकार: अपार्टमेंट, एकाच कुटुंबाचे घर, कोठार, कार्यालय, इ.) संबंधित फील्ड्स क्लिक करून सिलेक्ट केले जातात (उदा, मालमत्तेचा प्रकार).

इच्छित असल्यास, स्वारस्य असलेल्या व्यक्ति अतिरिक्त शोध प्रोफाइल सेट करू शकतात. शोध प्रोफाइल बदल करणे देखील शक्य आहे.

या व्यतिरीक्त, संभाव्य खरेदीदार किंवा भाड्याने घेणारे पूर्ण संपर्क माहिती निर्दिष्ट फील्डमध्ये प्रविष्ट करतात. यात आडनाव, नाव, रस्ता, घर नंबर, पोस्टल कोड, शहर, टेलिफोन, आणि ई-मेल पत्ता यांचा समावेश असतो.

या संदर्भात, स्वारस्य असलेले पक्ष रिअल इस्टेट एजंट्स कडून संपर्क साधला जाण्यासाठी आणि जुळणाऱ्या मालमत्ता मिळविण्यासाठी त्यांची संमती देतात.

स्वारस्य असणारे पक्ष याद्वारे रिअल इस्टेट मॅचिंग पोर्टल ऑपरेटरशी एक करार देखील करतात.

पुढील चरणात, अद्याप दृश्यमान नाही अशा, संलग्न रिअल इस्टेट एजंट्स शोध प्रोफाइल्स उपलब्ध केल्या जातात, एका ॲप्लिकेशन प्रोग्रामिंग इंटरफेस (API) द्वारे - उदाहरणार्थ जर्मन प्रोग्रामिंग इंटरफेस

"openimmo" सारखे. येथे हे लक्ष्यात घेतले पाहिजे की हा प्रोग्रामिंग इंटरफेस - मुळात अंमलबजावणीची गुरुकिल्ली - सध्या वापरात असणाऱ्या जवळजवळ प्रत्येक रिअल इस्टेट सॉफ्टवेअर प्रणालीवर हस्तांतरणाची शक्यता किंवा हमी देणारा असावा. असे नसेल तर ते तांत्रिकदृष्ट्या शक्य केले गेले पाहिजे. अशा प्रोग्रामिंग इंटरफेसेस आधीच वापरात असल्यामुळे, जसे की उपरोक्त "openimmo", तसेच इतरही, शोध प्रोफाइल स्थानांतरित करणे शक्य असणे आवश्यक आहे.

आता रिअल इस्टेट एजंट्स प्रोफाइलची तुलना त्यांच्या सध्या बाजारात असलेल्या मालमत्तांशी करतात. या कारणासाठी, मालमत्ता रिअल इस्टेट मॅचिंग पोर्टल वर अपलोड केली जाते आणि तुलना केली जाते आणि संबंधित वैशिष्ट्यांबरोबर जोडली जाते.

तुलना पूर्ण झाल्यानंतर, एक रिपोर्ट तयार होतो ज्यात मॅचची टक्केवारी दाखवली जाते. 50% मॅच पासून सुरू होऊन, ही शोध प्रोफाइल रिअल इस्टेट एजन्सी सॉफ्टवेअर वर दृश्यमान केली जाते.

वैयक्तिक वैशिष्ट्यांचे एकमेकांशी भारांकन केले जाते (बिंदू प्रणाली) जेणेकरून वैशिष्ट्यांची तुलना केल्यानंतर, मॅचिंगची एक टक्केवारी (मॅचिंगची संभाव्यता) ठरवली जाते. उदाहरणार्थ, वैशिष्ट्यपूर्ण "मालमत्ता प्रकार" हा वैशिष्ट्यपूर्ण "राहण्याची जागा" पेक्षा जास्त भारांकित असते. या व्यतिरीक्त, काही वैशिष्ट्ये (उदा, तळघर) अपरिहार्यपणे असणे आवश्यक आहे अशी निवडली जाऊ शकतात.

मॅचिंगसाठी वैशिष्ट्ये तुलना करण्याच्या ओघात, रिअल इस्टेट एजंट्स फक्त त्यांच्या इच्छित (नोंदविलेल्या) क्षेत्रांमध्ये प्रवेश करू शकतील याची देखील काळजी

घ्यावी. यामुळे डेटा तुलना करण्याचा प्रयत्न कमी होतो. हे विशेष महत्त्वाचे आहे कारण रिअल इस्टेट संस्था नेहमी प्रादेशिक धरतीवर काम करतात. इथे याची नोंद घ्यावी की क्लाउड उपाय माध्यमाद्वारे, डेटा मोठ्या प्रमाणात संचयित आणि प्रक्रिया करणे आज शक्य आहे.

व्यावसायिक रिअल इस्टेट दलालीची हमी देण्यासाठी, फक्त रिअल इस्टेट एजंट्स यांनाच शोध प्रोफाइलमध्ये प्रवेश प्राप्त होतो.

या शेवटी, रिअल इस्टेट एजंट्स रिअल इस्टेट मॅचिंग पोर्टल ऑपरेटरबरोबर एका करार करतात.

संबंधित तुलना / मॅचिंग केल्यानंतर, रिअल इस्टेट एजंट स्वारस्य असलेल्यांशी संपर्क साधू शकतो, आणि उलटपक्षी स्वारस्य असलेले पक्ष रिअल इस्टेट

एजन्सीबरोबर संपर्क साधू शकतात. रिअल इस्टेट एजंटने संभाव्य खरेदीदार किंवा रेंटरला एक अहवाल पाठवल्यास, त्याचा अर्थ हाही होतो की क्रियाकलाप अहवाल किंवा रिअल इस्टेट कमिशनसाठी एजंटच्या दाव्याचे पूर्ण झालेल्या विक्री किंवा लीज बाबतीत दस्तऐवजीकरण झाले आहे.

हे या परिस्थितीमध्ये असेल जेव्हा रिअल इस्टेट एजंट हा मालमत्ता मालक (विक्रेता किंवा जमीनदार) मालमत्ता ठेवण्यासाठी नियुक्त आहे किंवा त्यांना मालमत्ता ऑफर करण्याची संमती दिली गेली आहे.

6. उपयोजनाची व्याप्ती

येथे वर्णन केलेले रिअल इस्टेट मॅचिंग हे निवासी आणि व्यापारी क्षेत्रात रिअल इस्टेट विक्री व भाड्याने देण्याबाबत लागू आहे. व्यावसायिक रिअल इस्टेटसाठी, संबंधित अतिरिक्त रिअल इस्टेट वैशिष्ट्ये आवश्यक आहेत.

संभाव्य खरेदीदार किंवा भाड्याने घेणाऱ्याच्या बाजूला देखील एखादा रिअल इस्टेट एजंट असू शकतो जसे अनेकदा प्रत्यक्षात केले जाते, उदाहरणार्थ जर त्याची क्लायंटकडून नियुक्ती करण्यात आली असेल.

भौगोलिक प्रदेशांच्या बाबतीत, रिअल इस्टेट मॅचिंग पोर्टल जवळपास प्रत्येक देशात लागू आहे.

7. फायदे

या रिअल इस्टेट मॅचिंग प्रक्रिया संभाव्य खरेदीदार आणि विक्रेते यांना एक मोठा फायदा देते, ते त्यांच्या स्वत: क्षेत्रात शोधत असोत (राहण्याची जागा) किंवा कामाशी संबंधित कारणांमुळे भिन्न शहर किंवा प्रदेशात स्थलांतरित होत असोत.

इच्छित प्रदेशात काम करणाऱ्या रिअल इस्टेट एजंट्सकडील मॅचिंग मालमत्तेची माहिती प्राप्त करण्यासाठी त्यांना फक्त एकदाच त्यांची शोध प्रोफाइल प्रविष्ट करणे आवश्यक आहे.

रिअल इस्टेट एजंट्ससाठी विक्री किंवा भाड्यात कार्यक्षमता आणि वेळ-बचतीच्या दृष्टीने हयातून एक प्रमुख फायदा उपलब्ध होतो.

त्यांनी ऑफर केलेल्या प्रत्येक संबंधित मालमत्तेबाबत ठोस स्वारस्य असणाऱ्या पक्षांमध्ये किती जास्त संभाव्यता आहे याचे संक्षिप्त विवरण त्यांना त्वरित प्राप्त होते.

शिवाय, रिअल इस्टेट एजंट्स त्यांच्या संबंधित लक्ष्य गटाशी थेट संपर्क साधू शकतात ज्यांनी त्यांची शोध प्रोफाइल उभारताना त्यांच्या "स्वप्नातील" मालमत्तेबाबत काही विशिष्ट विचार दिला आहे. संपर्क स्थापन केला जाऊ शकतो, उदाहरणार्थ, रिअल इस्टेट अहवाल पाठवून. ह्यामुळे स्वारस्य असलेल्या पक्षांशी संपर्काची गुणवत्ता वाढते ज्यांना ते काय शोधत आहेत हे ठाऊक असते. तसेच यामधून नंतरच्या मालमत्ता पाहण्यासाठीच्या भेटींची संख्या कमी होते ज्यातून ब्रोकिंग करण्याच्या मालमत्तासाठीचा एकूण विपणन काळ कमी होतो.

संभाव्य खरेदीदार किंवा रेंटरने ठेवण्याची मालमत्ता पहिल्यानंतर, पारंपारिक रिअल इस्टेट मार्केटिंग प्रमाणे खरेदी करार किंवा लीज कायम करता येते.

8. नमुना हिशेब (संभाव्य) - फक्त मालक राहत असलेली निवास आणि घरे (भाड्याचे अपार्टमेंट्स किंवा घरे किंवा व्यावसायिक मालमत्ता सोडून)

खालील उदाहरण स्पष्टपणे रिअल इस्टेट मॅचिंग पोर्टलचे सामर्थ्य दर्शवेल.

250,000 लोकसंख्येच्या भौगोलिक प्रदेशात, जसे की म्यौन्शनग्लाडबाख शहर (जर्मनी), सांख्यिकीय गणना करता सुमारे125,000 घरे आहेत. स्थलांतराचा सरसरी दर सुमारे 10% आहे. याचा अर्थ, 12,500 कुटुंबे प्रतिवर्षी स्थलांतर करतात. म्यौन्शनग्लाडबाख मधील येणाऱ्यांचे आणि जाणाऱ्यांचे प्रमाण इथे विचारात घेतलेले नाही. सुमारे 10,000 कुटुंबे (80%) भाड्याची मालमत्ता

शोधतात आणि सुमारे 2,500 कुटुंबे (20%) विक्रीसाठीची मालमत्ता शोधतात.

म्यौन्शनग्लाडबाख शहर सल्लागार समितीच्या मालमत्ता बाजारपेठ अहवालानुसार, 2012 मध्ये 2,613 रिअल इस्टेट खरेदी झाली होती. यातून पूर्वी नमूद केलेल्या 2500 संभाव्य खरेदीदारांच्या संख्येस दुजोरा मिळतो. प्रत्यक्षात तेथे अधिक असू शकतील, पण प्रत्येक संभाव्य खरेदीदार त्याचे आदर्श ठिकाण शोधू शकला नाही. प्रत्यक्षात स्वारस्य असलेल्या संभाव्य खरेदीदारांची संख्या - किंवा, विशेषतः, शोध प्रोफाइल्सची संख्या - सुमारे 10% सरासरी स्थलांतर दराच्या, दुप्पट जास्त असल्याचा अंदाज आहे म्हणजे 25,000 शोध प्रोफाइल्स. यामध्ये संभाव्य खरेदीदार रिअल इस्टेट मॅचिंग पोर्टलवर अनेक शोध प्रोफाइल्स सेट केलेल्या असण्याची शक्यता समाविष्ट आहे.

हाही उल्लेख करणे महत्त्वपूर्ण आहे की अनुभवावर आधारित, सर्व संभाव्य खरेदीदार आणि भाड्याने घेणाऱ्यांपैकी सुमारे अर्ध्या लोकांनी आतापर्यंत रिअल इस्टेट एजंट कडून त्यांच्या मालमत्ता शोधल्या; 6.250 घरांना जोडून.

पूर्वानुभव हेदेखील दर्शवतो की सर्व घरांच्या किमान 70% लोकांनी इंटरनेट वर एक रिअल इस्टेट पोर्टलद्वारे रिअल इस्टेटचा शोध घेतला, म्हणजेच 8,750 कुटुंबे (17,500 शोध प्रोफाइल्सशी जुळत आहे).

जर सर्व संभाव्य खरेदीदार आणि विक्रेत्यांच्या 30% अर्थात 3,750 कुटुंबे (किंवा 7,500 शोध प्रोफाइल्स) यांना एक रिअल इस्टेट मॅचिंग पोर्टल (ॲप) वर म्यौन्शनग्लाडबाख सारख्या शहरासाठी एक शोध प्रोफाइल सेट अप करायची असेल तर कनेक्टेड रिअल इस्टेट एजंट संभाव्य खरेदीदारांना 1500 विशिष्ट शोध

प्रोफाइल्स (20%) द्वारे आणि संभाव्य भाड्याने घेणाऱ्यांना 6000 विशिष्ट शोध प्रोफाइल्स (80%) द्वारे योग्य मालमत्ता देऊ शकतो.

याचा अर्थ असा की 10 महिने सरासरी शोध कालावधी व संभाव्य खरेदीदार किंवा भाड्याने घेणाऱ्याने सेट अप केलेल्या प्रत्येक शोध प्रोफाइलसाठी एक नमुना किंमत दरमहा 50 युरो असल्यास, एक 250,000 रहिवासी असलेल्या शहरासाठी 7,500 शोध प्रोफाइल्समधून दरवर्षी 3,750,000 युरो इतकी विक्री क्षमता आहे.

याचे सर्व जर्मनीभर लोकसंख्या 80,000,000 (80 दशलक्ष) रहिवासी मानून बहिर्वेषण केल्यास, याचा युरो 1,200,000,000 (युरो 1.2 अब्ज) इतका दर वर्षी संभाव्य विक्री क्षमता आहे. सर्व संभाव्य खरेदीदार किंवा भाड्याने घेणाऱ्यांपैकी 30% ऐवजी 40% रिअल इस्टेट मॅचिंग पोर्टलद्वारे त्यांच्या रिअल इस्टेटचा शोध घेत

असल्यास संभाव्य विक्रीमध्ये युरो 1,600,000,000 (युरो 1.6 अब्ज) प्रतिवर्ष इतकी वाढ होणार आहे.

विक्रीची क्षमता केवळ मालक-व्यापित अपार्टमेंट्स आणि घरे संदर्भित आहेत. निवासी रिअल इस्टेट क्षेत्रातील आणि एकूण व्यावसायिक रिअल इस्टेट क्षेत्रातील भाड्याच्या आणि गुंतवणूकीच्या मालमत्ता संभाव्य या क्षमतेच्या गणनेमध्ये समाविष्ट नाहीत.

जर्मनी मध्ये सुमारे 50,000 रिअल इस्टेट दलाली व्यवसायातील कंपन्या, (रिअल इस्टेट संस्था, बांधकाम कंपन्या, रिअल इस्टेट व्यापारी, आणि इतर रिअल इस्टेट कंपन्या समावेश असलेल्या) अंदाजे 200,000 कर्मचारी आणि या 50,000 कंपन्याचा 20% हिस्सा सरासरीने 2 परवाने घेऊन हे रिअल इस्टेट मॅचिंग पोर्टल वापरतात, परिणाम (एक नमुना किंमत युरो 300 प्रती परवाना प्रती महिना लावता) युरो 72,000,000 (युरो

72 दशलक्ष) इतकी प्रतिवर्ष विक्री क्षमता आहे. शिवाय, जर स्थानिक शोध प्रोफाइलला एक प्रादेशिक आरक्षण लागू असेल तर, रचनेवर अवलंबून, एक लक्षणीय अतिरिक्त विक्रीची क्षमता निर्माण करता येईल.

विशिष्ट शोध प्रोफाइल असणाऱ्या संभाव्य खरेदीदार आणि भाड्याने घेणाऱ्यांच्या या प्रचंड क्षमतेबरोबर, रिअल इस्टेट एजंट्सना त्यांच्या स्वत:चा स्वारस्य असणाऱ्याचा डेटाबेस - जर असेल तर - अपडेट करणे यापुढे आवश्यक नसेल. या व्यतिरिक्त, चालू शोध प्रोफाइल्सची संख्या अनेक रिअल इस्टेट एजंट्सनी त्यांच्या स्वत: च्या डेटाबेसमध्ये बनवलेल्या शोध प्रोफाइल्सची संख्या ओलांडणे फार शक्य आहे.

जर हे अभिनव रिअल इस्टेट मॅचिंग पोर्टल अनेक देशांमध्ये वापरले जाऊ लागले, तर, जर्मनीतील संभाव्य

खरेदीदार उदाहरणार्थ, Majorca (स्पेन) भूमध्य बेटावर सुट्टीतील अपार्टमेंटसाठी एक शोध प्रोफाइल तयार करू शकतील आणि Majorca मधील कनेक्टेड रिअल इस्टेट एजंट त्यांच्या संभाव्य जर्मन ग्राहकांना मॅचिंग अपार्टमेंट ई-मेल द्वारे सादर करू शकेल. अहवाल स्पॅनिश भाषेत असतील, तर संभाव्य भाड्याने घेणारे आजकाल फक्त इंटरनेटवर भाषांतर प्रोग्रॅम ताबडतोब जर्मन मध्ये मजकूर अनुवादित करण्यासाठी वापरू शकतात.

भाषेच्या अडथळ्यांशिवाय उपलब्ध मालमत्ता शोध प्रोफाइल्सच्या जुळणीची अंमलबजावणी सक्षम करण्यासाठी, संबंधित वैशिष्ट्यांची एक तुलना प्रोग्रॅम्ड (गणिती) वैशिष्ट्यांवर आधारित रिअल इस्टेट मॅचिंग पोर्टलमध्ये कोणत्याही भाषेत करता येते, आणि संबंधित भाषा सर्वात शेवटी नियुक्त करता येते.

सर्व खंडांवर रिअल इस्टेट मॅचिंग पोर्टल वापरताना, पूर्वी नमूद केलेली संभाव्य विक्री क्षमता (ज्यांना शोध करायचा आहे फक्त त्यांच्यासाठी) खालील प्रमाणे उघड करून दाखविण्यात आलेली आहे.

जागतिक लोकसंख्या:

7,500,000,000 (7.5 अब्ज) रहिवासी

1. औद्योगिक देश आणि मुख्यत्वे औद्योगिक देशांमधील लोकसंख्या:

   2,000,000,000 (2.0 अब्ज) रहिवासी

2. उदयोन्मुख देशांमधील लोकसंख्या:

   4,000,000,000 (4.0 अब्ज) रहिवासी

3. विकसनशील देशांमधील लोकसंख्या:

1,500,000,000 (1.5 अब्ज) रहिवासी

जर्मनीसाठी वार्षिक विक्री क्षमता युरो 1.2 अब्ज म्हणून रूपांतरित केली आणि दर्शविली आहे, औद्योगिक, उदयोन्मुख विकसनशील देशांमधील 80 दशलक्ष रहिवासी गृहित धरून खालील अंदाजित घटकांसहित.

1. औद्योगिक देश: 1.0

2. उदयोन्मुख देश: 0.4

3. विकसनशील देश: 0.1

परिणाम आहे खालील संभाव्य वार्षिक विक्री (युरो 1.2 अब्ज x लोकसंख्या (औद्योगिक, उदयोन्मुख किंवा विकसनशील देश) / 80 दशलक्ष रहिवासी x घटक).

1. औद्योगिक
   देश: EUR   30.00 अब्ज

2. उदयोन्मुख
   देश: EUR   24.00 अब्ज

3. विविकसनशील
   देश: EUR   2.25 अब्ज

   एकूण: **EUR   56.25 अब्ज**

9. निष्कर्ष

या रिअल इस्टेट मॅचिंग संकेतस्थळ रिअल इस्टेट शोधणारे (स्वारस्य असलेले पक्ष) आणि रिअल इस्टेट एजंट यांना लक्षणीय फायदे देते.

1. योग्य मालमत्ता शोधण्यासाठी लागणारा वेळ स्वारस्य असलेल्या पक्षांसाठी लक्षणीयरित्या कमी झाला आहे कारण त्यांना फक्त एकदाच त्यांची शोध प्रोफाइल तयार करावी लागते.

2. रिअल इस्टेट एजंट्सना अनेक संभाव्य खरेदीदार किंवा भाड्याने घेणारे दृश्यमान होतात, त्यांच्या विशिष्ट गरजा (शोध प्रोफाइल) संबंधी माहिती सहित.

3. स्वारस्य असलेल्या पक्षांना फक्त त्यांना हव्या असलेल्या किंवा मॅचिंग प्रॉपर्टीज (शोध प्रोफाइलवर आधारित) सर्व रिअल इस्टेट

एजंट्सकडून प्राप्त होतात (एका स्वयंचलित पूर्व-निवडी सारखे).

4. रिअल इस्टेट एजंट्सना त्यांचा स्वत:चा डेटाबेस राखण्याचे कष्ट कमी होतात, कारण असंख्य चालू शोध प्रोफाइल्स कायमस्वरूपी उपलब्ध असतात.

5. केवळ व्यावसायिक प्रदाते / रिअल इस्टेट एजंट्स रिअल इस्टेट मॅचिंग पोर्टलला कनेक्ट होतात, म्हणून संभाव्य खरेदीदार किंवा भाड्याने घेणारे अनुभवी रिअल इस्टेट एजंट्स बरोबर कारम करू शकतात.

6. रिअल इस्टेट एजंट्स त्यांच्या पाहण्यासाठीच्या भेटींची संख्या आणि एकूणच विपणन काळ कमी करतात. त्यायोगे, संभाव्य खरेदीदार किंवा भाड्याने घेणाऱ्यांसाठी पाहण्यासाठीच्या भेटींची

संख्या कमी होते आणि खरेदी करार किंवा लीज पूर्ण करण्यासाठी वेळ कमी लागतो.

7. विक्री करावयाच्या किंवा भाड्याने द्यावायाच्या मालमत्तांचे मालक सुद्धा वेळ वाचवतात. शिवाय आणखीही आर्थिक फायदे आहेत, भाडे किंवा विक्री जलद होण्याच्या परिणामस्वरूपी भाडे मालमत्तांसाठी रिक्त वेळ कमी राहतो आणि विक्रीसाठीच्या मालमत्तांसाठी विक्री किंमत लवकर वसूल होते.

ही संकल्पना रिअल इस्टेट मॅचिंगमध्ये प्रत्यक्षात आणल्यास, रिअल इस्टेट दलालीमध्ये लक्षणीय प्रगती साध्य करता येईल.

10. रिअल इस्टेट मॅचिंग पोर्टल नवीन रिअल इस्टेट एजन्सी सॉफ्टवेअरमध्ये एकत्रिकृत करणे, रिअल इस्टेट मूल्यांकन सहित

अंतिम टिप्पणी म्हणून येथे वर्णन केलेले हे रिअल इस्टेट मॅचिंग पोर्टल एक नवीन- आदर्श जागतिक स्तरावर उपलब्ध - रिअल इस्टेट एजन्सी सॉफ्टवेअर सोल्युशनचा एक लक्षणीय घटक असू शकतो, अगदी सुरुवातीपासून. याचा अर्थ या रिअल इस्टेट एजंट्स एकतर रिअल इस्ट्ेट मॅचिंग पोर्टल त्यांच्या विद्‌यमान रिअल इस्टेट एजन्सी सॉफ्टवेअर सोल्यूशन्स सोबत वापरू शकतील, किंवा आदर्शरित्या नवीन रिअल इस्टेट एजन्सी सॉफ्टवेअर सोल्यूशन रिअल मॅचिंग पोर्टल सहित वापर करतील.

नवीन रिअल इस्टेट एजन्सी सॉफ्टवेअरमध्ये हे कार्यक्षम आणि नाविन्यपूर्ण रिअल इस्टेट मॅचिंग पोर्टल एकत्रिकरण करून, रिअल इस्टेट एजन्सी सॉफ्टवेअरसाठी

एक मूलभूत अद्‌वितीय विक्री स्थळ तयार होईल जे बाजा्रात आतवर प्रवेश करण्यासाठी आवश्यक असेल.

रिअल इस्टेट मूल्यांकन रिअल इस्टेट एजन्सीचा एक आवश्यक घटक आहे आणि राहणार असल्याने, रिअल इस्टेट एजन्सी सॉफ्टवेअरमध्ये एकात्मिक रिअल इस्टेट मूल्यांकन साधन असणे आवश्यक आहे. रिअल इस्टेट मूल्यांकन सोबतच्या संबंधित गणना पद्‌धती, रिअल इस्टेट एजन्सीच्या प्रविष्टित / जतन मालमत्तांच्या माहिती-घटकांमध्ये प्रवेश करू शकतात. त्याचप्रमाणे, रिअल इस्टेट एजंट्स त्याचे स्वत:च्या प्रादेशिक बाजाराचे ज्ञान वापरून गहाळ असणारे घटक भरून काढू शकतात.

शिवाय, रिअल इस्टेट एजन्सी सॉफ्टवेअर मध्ये उपलब्ध मालमत्तांची आभासी रिअल इस्टेट टूर एकत्रित करण्याचा पर्याय असणे आवश्यक आहे. मोबाइल फोनसाठी वेगळे

ॲप आणि / किंवा रेकॉर्ड करू शकणारे टॅब्लेट्स विकसित करून हे सहज कार्यान्वित करता येऊ शकते आणि नंतर रिअल इस्टेट एजन्सी सॉफ्टवेअरमध्ये आभासी रिअल इस्टेट दौरा - मुख्यत्वे आपोआप - अंतर्भूत किंवा एकत्रिकरण करता येईल.

ह्या कार्यक्षम आणि नाविन्यपूर्ण रिअल इस्टेट मॅचिंग पोर्टलचा रिअल इस्टेट मूल्यमापनासहित एका नवीन रिअल इस्टेट एजन्सी सॉफ्टवेअरमध्ये अंतर्भाव केल्यास शक्य विक्री-क्षमतेमध्ये पुन्हा लक्षणीय वाढ होईल.

माथ्थीयास फीड्लर

Korschenbroich, 10/31/2016

माथ्थीयास फीड्लर

Erika-von-Brockdorff-Str. 19

41352 Korschenbroich

Germany

www.matthiasfiedler.net